உள்ளத்தின் உணர்வுகள்

கோ.யுகதர்ஷினி

ஏலே பதிப்பகம்

உள்ளத்தின் உணர்வுகள் – கவிதைகள்
© கோ.யுகதர்ஷினி 2020
எழுத்தாளர்: கோ.யுகதர்ஷினி
முதல் பதிப்பு: செப்டம்பர் 2021

வெளியீடு:
ஏலே பதிப்பகம்
5/175, பாத்திமா நகர்,
கூத்தென்குழி,
திருநெல்வேலி – 627104
தொடர்புக்கு: 9944992571

Uzzhathin unarvugal- Poetry
All CopyRights Reserved By ©k.yugadharshini 2021
Author: k.yugadharshini
First Edition: September 2021

Published By:
Aelay Publish
5/175, Fathima nagar,
Kuthenkuly,
Tirunelveli -627104
Phone: 9944992571

Design And Executed by

ISBN : 978-93-5533-096-3
Page : 44

முன்னுரை

பூமியில் படைக்கப்பட்ட ஒவ்வொரு உயிர்களுக்கும் உணர்வு என்பது பொதுவானது. என் வாழ்க்கையில் ஏற்பட்ட உறவுகளுக்குள்ளான உணர்வுகளும்,என் உள்ளத்தின் உணர்வுகளும், மற்றும் சொல்ல முடியாத உணர்வுகளையும் வரிகளாக்கி இந்நூலை படைத்துள்ளேன்.
தேடலில் தொலைவது எனக்கு மிகவும் பிடிக்கும்.புத்தகத்திலும் என் தேடலை தொடர்ந்தேன்.தேடல் தந்த உணர்வுகளை எல்லாம் எழுதத் தொடங்கினேன். முதலில் என் எழுத்துக்கள் கவி சாரலாக தொடங்கி இன்று கவி மழையாக இந்நூலில் அமைந்துள்ளது.
என் உள்ளத்தின் உணர்வுகளையெல்லாம் என் பேனாவின் துணைகொண்டு, காகிதத்தில் கவிதையாக வடிவமைத்துள்ளேன். என் உணர்வுகள் உங்கள் உள்ளங்களை தொட்டு, நீங்கள் விரும்பும் வண்ணம் இருக்கும் என நம்புகிறேன்.
நான் கொண்ட தேடல் இப்பொழுது உங்களை தேடி வருகின்றது. தங்களின் ஆதரவு என் எழுத்துக்களை மென்மேலும் மெருகூட்டும்.
இந்த நூலை வெளியிட்டு உதவிய ஏலே பதிப்பகத்தார்க்கு என் மனமார்ந்த நன்றிகள்.
எம் உயிரினும் மேலான தமிழுக்கும், என் உயிரான பெற்றோர்க்கும், என்னை ஊக்கப்படுத்திய நல்லுளங்களுக்கும் இந்நூல் சமர்ப்பணம்.

அன்புடன்,
கோ.யுகதர்ஷினி

பொருளடக்கம்

- **உயிர் கொடுத்தோர்க்கு உள்ளத்தின் வரிகள்**

- **எதிர்காலம் நோக்கிய எழுத்தாணியின் ஏக்கம்**

- **தேடல் கொள்ளும் தனிமை**

- **என்னவன் மீதான என் காதல்**

உயிர் கொடுத்தோர்க்கு உள்ளத்தின் வரிகள்

1.அன்னை தந்தை தெய்வம்

அழகிய மூன்றெழுத்து
ஆயுசுக்கும் ஒரே சொத்து
அன்பென்னும் மழையை
அள்ளி அள்ளி தரும் வானம் நீங்கள்...
நிழலாய் நின்று
நித்தம் என்னை காக்கும்
கடவுள் நீங்கள்...
கட்டி அணைக்கவும்
கரம் பிடித்து நடக்கவும்
கடவுள் கொடுத்த
உன்னதமான உறவு நீங்கள்...
மனதின் பாரத்தை போக்க
மடியினை தந்து உதவுகிறீர்கள்...
கையறு நிலையிலும் கூட
கடைசி நம்பிக்கையாய் இருக்கிறீர்கள்...
மரணத்தின் பிடியிலும்
மனம் விரும்பும் ஆசை
மங்காத உங்கள் நினைவுகள் தானே!!!

2. தந்தையே தெய்வம்

உதிக்கும் சூரியன்
இந்த உலகிற்கு
பிரகாசம்!

தந்தையே!
உன் அரவணைப்பு
மட்டுமே எந்நாளும்
என் சந்தோஷம்!!
இப்புவியில் நான்
பிறப்பெடுத்த முதல்நாள்,
அச்சத்துடன்
என்னை உன்
கரங்களில்
ஏந்தினாய்!
ஆனந்த கண்ணீர்
மழையை அளித்தாய்!
உன் ஒட்டுமொத்த
அன்பையும்
எனக்கே கொடுத்தாய்!
என் கரம் பிடித்து
என் பாதத்தின்
முதல் அடியை
உன் காலின்மேலே
பதிக்க வைத்தாய்!
இரவெல்லாம்
நான் தூங்க
உன் நெஞ்சினை
என் மெத்தையாக
மாற்றினாய்!!!
என் பிஞ்சு மொழி கேட்க
நீ
பித்தனாகத்தான்
மாறினாய்.

கண்மூடி நான்
கண்ட கனவுகளையும்
என் கண் முன்னே
நீ நினைவாக்கினாய்!
இதுவரை உன்
அதட்டல் மொழியை
நான் கேட்டதில்லை,
உன் அன்பு மொழிக்கு ஈடு
இப்புவியில்
எனக்கு எதுவும் இல்லை...
பத்து மாதம்
என்னை நீ
வயிற்றில் மட்டும்தான்
சுமக்கவில்லை;
வாழ்நாள் முழுவதும்
என்னை நீ
சுமந்து கொண்டுதான்
இருக்கிறாய்...

என் அதீத காதலும்
என் அளவுகடந்த அன்பும்
என் உலகமான
என் தந்தைக்கு
மட்டுமே!!

3. தாய்மை

தனிமை நீங்கி
தாலாட்டு கேட்க
தவிக்கும் மனமே
தாவி ஓட நினைக்கிறாயா?
தயக்கம் கொள்ளாதே!
தாயிடம் செல்வோம்,
தட்டி அணைத்துக் கொள்வாள்
தனிமை நீங்க செய்வாள்
தன்னலம் அற்றவள்!!!

எதிர்காலம் நோக்கிய எழுத்தாணியின் ஏக்கம்

4. மானுடம் ஈர்த்த மரங்கள்

மண்ணிலே பிறந்தேன்
மரமாய் வளர்ந்தேன்
மகிழ்ச்சியை அளித்தேன்!

நாகரிகம் வளர்ந்தது
நாள் எல்லாம் எனக்கும் பல போராட்டங்கள் நிகழ்ந்தது!
வெயிலுக்கு நிழல் கொடுத்தேன்
விழுதை ஊஞ்சலாக மாற்றிக் கொடுத்தேன்!

பறவைக்கெல்லாம் வீடானேன்
பல ரூபத்திலும் பரிசளித்தேன்
பாரபட்சம் பாக்காமல்....

என்னை கொன்று
நீ வாழ நினைத்தாய்

என் கிளைகளை எல்லாம்
கிள்ளி எறிந்தாய்..
என் வேர்களை எல்லாம்
வேகமாக வெட்டி எடுத்தாய்...

அன்று ஆசைக்காக என்னை
அடியோடு சாய்த்தாய்!
இன்று ஆக்ஸிஜனுக்காக என்னையே
தேடி அழைகிறாய்!!!
மண்ணோடு என்னை சரித்தாலும்
மரமாக மறுபடியும் எழுந்து
மனிதா உன்னையே நான் காப்பேன்!

5. மரணத்தையே வெல்லும் தானம்

ஜனனமும், மரணமும்
நம் கையில்
இல்லை!

எதிர்பாரா நேரத்தில்
என்னை ஆட்கொண்ட
மரணமே!
துளியும் விருப்பமில்லை
உன்னை நான் சந்தித்ததில்!!
துள்ளி விளையாடிய என்
குழந்தை பருவங்கள்
நினைவாக இருக்க;
துடிப்பு நிறைந்த என்
இளமை பருவத்தை
வெறும் கனவாக
மாற்றிவிட்டாய்!
என் ஆன்மாவை நீ எடுத்து,
எனக்கு மரணத்தை கொடுத்ததாக நினைத்தாய்,
ஆனால்!!!
நீ ஏமாந்துவிட்டாய்;
ஏனென்றால்,
நான் இறக்கவில்லை!!!
"பிறந்த முதல் நாள்
பிஞ்சு மொழி பாடிய
என் கண்கள்"
நான் உன்னை சந்தித்த பிறகும்கூட,
இன்னும் புவியை
இரசித்து பார்த்துக் கொண்டுதான் உள்ளது,
நான் தானமாக கொடுத்த
யாரோ ஒருவரின் உடலில் இருந்து....
என் ஆன்மாவை பறித்துவிட்டதாக
ஆனந்தம் கொள்ளாதே,
இன்று ஒரு இடத்தில் அல்ல,

இப்புவியில் பல இடங்களில்
நான் வாழ்ந்து கொண்டுதான் இருக்கிறேன்!!!
எப்படி இது சாத்தியம்?
நானே சொல்கிறேன்.
இங்கு சிலருக்கு
இறைவன் கொடுக்க
மறந்த வரத்தை
நான் தானமாக
கொடுத்திருக்கிறேன்!!!

மரணமே!
இனி உன்னை எண்ணி
நாங்கள் ஜயம் கொள்ள மாட்டோம்!
இறந்த பின்னும்
ஏதோ ஒருவரின் ரூபத்தில்
இப்புவியில் நாங்கள்
வாழ்த்து கொண்டே இருப்போம்!!!
நாங்கள் அளிக்கும்
தானங்கள்
உன்னையே வென்றுவிடும்!!!!!

6. பெருமை தரும் பேனாமுனை

பேனாமுனை!!!
தமிழின் பெருமையையும்
ஏட்டில் எடுத்துரைத்தவன் நீ!
என் சிந்தைகளை
சிற்பியாக செதுக்க
வடிவமைத்தவன் நீ!
கண்ணீர் துளிகளை எல்லாம்
கடிதத்தில் கையெழுத்தாக
வித்திட்டவன் நீ!
காதலர்களுக்கு புறா நண்பன்
அதன் காலில் இருக்கும் கடிதம் தூது
ஆனால் அந்த கடிதத்திற்கே ஆசான் நீ !
கம்பன் எழுதிய ஏட்டுக்கும்
காரல் மார்க்ஸ் எழுதிய நோட்டுக்கும்
காரணம் நீ!
உணர்ச்சிகளை எல்லாம்
வரிகளாக்கி,
அந்த வரிகளுக்கெல்லாம்
உயிர் தந்து
என்னையும்,
கவிஞனாக்கியவன் நீ!
அறிவால் பட்டம் பெற்றவனுக்கும்
அனுபவத்தால் பட்டம் பெற்றவனுக்கும்
அறிமுகம் கொடுத்தவன் நீ!
பிரபஞ்சத்தின் கடைசி முனையிலும்
கவிபாடி கொண்டிருக்கும்
என் பேனாவின் முனை!!!

7. எனது எழுத்தாணியின் ஏக்கம்

எண்ணில் அடங்கா இன்பங்களையும்
சொல்லில் அடங்கா துன்பங்களையும்
சுற்றி சுற்றத்தார் இருந்தபோதிலும்
சொல்ல மறுத்தது என் மனம்,
இருந்தபோதிலும்;
என் உணர்ச்சிக்கெல்லாம்
உயிர்கொடுத்து"கவிதையாக்கியது"
என் எழுத்தாணி,
எண்ணம் எல்லாம்
வண்ணம் பெறும் வகையில்
எத்திசைக்கும் என்னை
தடம்பதிக்க வைத்தது
என் எழுத்தாணி,
எல்லா சூழ்நிலையிலும்
என்னை ஆறுதல்படுத்திய
என் எழுத்தாணி,
இன்று ஏக்கம் கொண்டது;
ஏதோ காரணத்தால்
எப்படி என்னை நீ மறந்தாய்?
இருவரும் இணைந்து
இயற்ற வேண்டிய
கவிதைகள் இன்னும் உள்ளன,
இவ்வாறு இருப்பின்
எப்படி என்னை நீ மறந்தாய்?
என ஏதோ ஒரு மூலையில் இருந்து
ஏக்கம் கொள்கிறது
என் எழுத்தாணி!!!

8. சேமிப்பு

சின்ன சின்ன கனவுகளின் சேமிப்பு
நாளைய இலட்சியத்தின் வெற்றி!
அழகிய ஆசைகளின் சேமிப்பு
நாளைய மகிழ்ச்சிக்கான தருணம்!
தாயின் அன்பு
சேய்க்கான சேமிப்பு!
இன்றைய மழைநீர் சேமிப்பு
நாளைய பயன்படும் குடிநீர்!
இன்றைய புன்னகையின் சேமிப்பு
நாளைய புது நாட்களுக்கானது!
குழந்தை பருவத்தில் உண்டியல் சேமிப்பு,
முதியவர் பருவத்தில் வங்கியில் சேமிப்பு,
பொருளிலும் சேமிப்பு,
நேரத்திலும் சேமிப்பு,
மனித வாழ்க்கையில்
மகத்துவமானது சேமிப்பு!!!
வாழ்வை மேம்படுத்த அல்ல;
வாழ்கையை மேம்படுத்துவது தான்
சேமிப்பு!!!

9. அறியாமை

அழும்போது
அன்னைமடி தேடும்
குழந்தையாக!
அழகிய உன்
எழில் கண்டு
தேடி திரிந்தேன்!

அன்னையின்
அன்பிற்குப்பின்
அரவணைக்கும்
இந்த,
இயற்கைதாயின் மடியை
நான் எப்படி தான்
மறந்தேனோ?

அழகிய நினைவுகளை
நெஞ்சிலே பதிக்கவைத்தாய்!!
அணு அணுவாய் உன்னை
இரசிக்க கற்றுக் கொடுத்தாய்!
நித்தம் நின்று உன்னை
இரசித்த நான்,
உன்னை காக்க மட்டும்
எப்படி மறந்தேன்?

என் மீதான
உன் கருணையால்
என் துன்பங்களையெல்லாம்
நீ தூரமாக்கினாய்!

ஆனால்
உன் இந்த
ஆறாத காயங்களுக்கு
மருந்தளிக்காமல்,

நான் எப்படி
துயில்கொள்வேன்?

யாருமற்ற நிலையில் தான்
ஒரு குழந்தைக்கு,
அலட்சியம் செய்த
அன்னையின் அன்பு புரியும்.

அதுபோல,
உன் அழகிய
சோலைவனத்தையெல்லாம்
பாலைவனமாக மாற்றி,
அற்ப சந்தோஷங்களுக்காக
உன்னையே அழித்த பின்புதான்
உன் அருமை புரிந்தது...

எங்கோ?
சுற்றித்திரியும்
உன் ஆன்மா
எங்களை நோக்கி
ஒரு வினாவை
வைத்தது...

அன்று!
என்னை அழித்தாய்,
இன்று,
என்மீதே அமர்ந்து,
என் தேவைகளையும்,
என் பெருமைகளையும்,
வெறும் இந்த
திரையைப் பார்த்து
நீ
கற்றுக்கொண்டு இருக்கிறாயா?

என் சிந்தையை தொட்ட
உன் வினாவிற்கான
விடையை
தேடிக்கொண்டுதான் இருக்கிறேன்
இன்றளவிலும் நான்!!!

தேடல் கொள்ளும் தனிமை

10. சிந்தனைகள்

சிந்தனைகள்
சில நேரம்
அளவுகடந்த மகிழ்ச்சியை அளிக்கிறது
சில நேரம்
நினைவுகளை இழக்க வைக்கிறது.
சிந்தனைகள் நல்லதோ கெட்டதோ
விடாமல் என்னை துரத்தீட்டேதான் இருக்கு....
என்னோட சிந்தனைகள்
என்னை சுத்தி இருக்குறவங்களுக்கு
என்மேலான சிந்தனையை உருவாக்குது...
சில நேரம்
சிந்தனைகள் என்னை உருவாக்குது
சில நேரம்
நான் மீளவே முடியாத
இருட்டான உலகத்திற்கு
என்னை கூட்டிச் செல்கிறது....
துடுப்புகளை தொலைத்த படகு போல
என் சிந்தனைகளில்
நானே தொலைந்து விடுகிறேன்....

11. தேடல்

ஒவ்வொரு நாளின்
விடியலும் விருட்சமாகும்
என்ற எண்ணத்தில்
தேடிக்கொண்டு தான் இருக்கிறேன்...
ஒரு புது மனிதரை சந்திக்கும் போது
இந்த சந்திப்பிற்கான காரணம் என்னவோ?
தேடிக்கொண்டு தான் இருக்கிறேன்!.
கண் மூடித்தனமாக
நான் பிறர்மேல் காட்டும்
அன்பு எதற்காக?
தேடிக்கொண்டு தான் இருக்கிறேன்!!
யாருமற்ற உலகம்,
எனக்கென நான் மட்டும்,
ஆகச் சிறந்த மௌனம் என்னை
ஆட்க்கொள்ளும் நாள் என்றோ?
தேடிக்கொண்டு தான் இருக்கிறேன்!!!
மனம் பேச நினைக்கும் வார்த்தைகளையெல்லாம்;
என் பேனாவின் முனை பேசுகிறதே,எதனால்?
தேடிக்கொண்டு தான் இருக்கிறேன்!!!
எதைப் பார்த்தாலும்
வினா எழுப்பும்
இந்த சிந்தை எதற்கு?
தேடிக்கொண்டு தான் இருக்கிறேன்!!!
சில சமயம் என்னையே நான் காணும்போது;
என் பிறப்பிற்கான
அர்த்தம் என்ன?
என் செயல்களுக்கான
நோக்கம் என்ன?

தேடிக்கொண்டு தான் இருக்கிறேன்!!
இரவிலும்,
உறக்கமின்றி சில நேரம்,
உறக்கத்தையே சில நேரம்,
தேடிக்கொண்டு தான் இருக்கிறேன்!!!
இமைகளை மூடி
என் கண்களுக்கு மட்டுமே
உறக்கத்தைக் கொடுக்கிறேன்:
தேடலை தொடரும் என்
மனதிற்கு அல்ல.

நெடுங்காலமாக தேடலுடன்
நான் பயணப்பட்டுக் கொண்டிருக்கிறேன்!
தேடல் ஒன்றே தீராதது!!!

12. தனிமையின் காதலி

நான் காதலிக்கிறேன்,
என்னை விரும்பும்
தனிமையை
நானும் விரும்புகிறேன்!
யாருமற்ற பாதை
முடியவே முடியாத சாலை
என்னுடன் கை கோர்த்து
நடக்கும் தனிமையை
நான் விரும்புகிறேன்!
வெற்றிகள் என்னை சூழும்போது
தட்டிக் கொடுத்தும்,
தோல்விகள் நிகழும்போது
கட்டி அரவணைத்தும்
ஆறுதல்படுத்தும் தனிமையை
நான் விரும்புகிறேன்!
என் இன்பம்,துன்பம் கண்டு
பொய்யாக அல்லாமல்
மெய்யாக என்னுடன் பழகும்
தனிமையை
நான் விரும்புகிறேன்!
எதிர்பார்புகளுடன் பழகும்
உறவுகளுக்கு மத்தியில்,
எவ்வித எதிர்பார்ப்பும்
இல்லாமல் என்னை
விரும்பும் தனிமையை
நான் விரும்புகிறேன்!
என்னுடைய குறைகளையும்,
அழகான நிறைகளாக மாற்றி
இரசிக்கவைக்கும் தனிமையை
நான் விரும்புகிறேன்!

என் விருப்பு வெறுப்பு
எல்லாவற்றையும் ஏற்று,
என்னையே எனக்கு
அறிமுகம் கொடுத்து,
எந்த சூழ்நிலையிலும்
என்னை அளவற்று காதலித்து,
வாழ்நாள் முழுவதும்
என்னுடன் பயணப்படும்
தனிமையை
நான் விரும்புகிறேன்!!!
என்னுடன் நீ இருக்க
என்றும் என் காதல்
உனக்கே!!!

13. தேடலுடன் என் பயணம்

சுற்றம் நீங்கி
சுழலும் பூமியை நோக்கி
ஓர் பயணம்...
முதல் நாள்
முடியாத நீண்ட சாலையில்
என் பயணத்தை தொடர்ந்தேன்...
சன்னல் ஓரம் அமர்ந்தேன்!
சலசல என்று
சங்கீதம் பாடும் தென்றல்
என் காதின் ஓரம் இசைக்க!
சாலையோரம் உள்ள சோலையில்
சிட்டுகுருவி ரெண்டு
அமர்ந்து கதை பேசுதே!
கண்ணை பறிக்கும் காட்டாறு
என்னையும் கடந்து செல்கிறதே!
பச்சை பசேலென்ற
பசுமை தோட்டம்
என் பார்வையை
பறித்துக்கொண்டதே!
வண்ண மலர்கள்
வழியெல்லாம் மனம் வீசி
என் மனதை திருடிவிட்டதே!
அழகிய அந்திவானம்
இரு கண்களுக்கும்
விருந்தளித்ததே!

தூரம் கடக்க கடக்க
சூரியனோ
துயில் கொள்ள
சென்றுவிட்டான்!
நொடி விடாமல்
என்னை வியக்கவைத்த
இந்த
எழில் கொஞ்சும் இயற்கை,
இன்னும்
என் பயணத்தை நீட்டிக்காதா?
முடிவில்லா பயணத்தை நோக்கி
தேடலுடன் நான்
பயணப்பட்டுக்கொண்டிருக்கிறேன்!!
ஏனெனில்,
இது
என் வாழ்க்கை
என் பயணம்!!!

14. தேடலை தொடரும் என் மனமே

ஒவ்வொரு
நாளின் இரவிலும்
மறுநாளின் விடியலுக்கான
தேடல்கள் உண்டு!!

இமைகள் மூடியிருப்பதால்
கண்களுக்கு
மட்டுமே உறக்கம்;

தினம் தினம்
தேடல்களை தொடரும்
இந்த "மனதிற்கு" அல்ல!!!

15.உறவுக்கும் தேடல்

எல்லா பிரச்சனைகளுக்கும்
பிரிவுதான் தீர்வுனா
இங்கு உறவுகளுக்கான
தேடல்களே தேவையில்லையே?

எல்லா பிரச்சனைகளுக்கும்
கண்டிப்பா ஒரு தீர்வு இருக்கும்
அது எவ்வளவு
ஆழத்தில் இருந்தாலும்
அத நம்மதான் தேடனும்...

"தீர்வுக்கும் பதில் தேடல்கள் தான்
வாழ்வதற்கும் பதில் தேடல்கள் தான்".
தேடல் ஒன்றே தீராதது!

என்னவன் மீதான என் காதல்

16.இயற்கையின் காதலன் அவன்

நான் உன் காதலன்...
அன்னையின் அரவணைப்பில்
சொர்க்கம் கண்டவன் நான்.

இன்று,
என் கவலைகள் எல்லாம் மறந்து,
என் கரங்கள் நீட்டி உன்னை அணைத்து
உன் எழில் கண்டு
என் முகம் புன்முறுவல் கொண்டு
உன்னை ரசித்து
என்னையே மறந்து
பல யுகங்கள் கடந்து
உன் மடிசேர துடிக்கும்
நான் மானிடனா?

இல்லை

உன்னை ரசித்து வாழும்
உன் காதலனா?
சொல்வாய் என் இயற்கை எழிலே!

17.என் காதலன் எனக்கு புத்தகம் தான்

எனக்கு புத்தகம் தான்!
என் காதலன்!!
பக்கம் பக்கமாக தினமும்
வாசித்துக்கொண்டு தான் இருக்கிறேன்
அருகில் இருந்து சில நாளும்
தொலைவில் இருந்து பல நாளும்
முற்றுப்புள்ளி வைத்து
உன்னை முடிக்க ஆசையில்லை
தொடர்புள்ளி இட்டு
உன்னுடன் தொடர ஆசை!
(வாழ்க்கை முழுவதும்)
நேசித்து காதல் செய்வதை விட,
உன்னை
வாசித்து காதல் செய்கிறேன்
அப்படியென்றால்;
என் காதலனே
எனக்கு நீ புத்தகம் தானே!

18. மனம் மொழியும் மடல்

காத்திருந்து நான் கண்ட முதல் காதல் நீ
என்னை பத்துமாதம் சுமந்த
என் அன்னையின் அன்பையும்
என்மீது பாசம் காட்டி வளர்த்த
என் தந்தையின் அன்பையும்
உன் ஒருவனிடத்திலே கண்டேன்
நீ என் வாழ்வில் வந்த அந்நாள்
எனக்கு பொன்னாள் தான்!
உன்மீதான என் காதல்
உன்னுடனே
என் வாழ்க்கை பயணத்தை
இப்பொழுது தொடங்க சொல்கிறதே
ஆனால் இங்கு நீ
பார்க்கும் தூரத்தில் கூட இல்லையே
கோவத்தால் சண்டையிட்டாலும்
மறுகணமே சிறு குழந்தையாக
என்னை அரவணைத்தாய்
உன்னோடு நான் இருந்த
நிமிடங்கள் மறையாத நினைவுகளாக
இன்னும் என் நெஞ்சிலே உள்ளது
உன் குறுஞ் செய்திகள்
என் குழப்பத்தையெல்லாம் தீர்த்து விடும்,
உன் உரையாடல் கேட்டால் தான்
அந்த உறக்கம் கூட
என்னை தொட்டுப் பார்க்கும்

உன்னுடன் பேசாத
அந்நாள் எனக்கு நரகமே
உன்னோடான என் வாழ்க்கை பயணத்திற்காக
நான் காத்துக்கொண்டு இருக்கிறேன்
காலங்கள் கடந்தேணும்
உன் கரம் கோர்ப்பேனே என் கள்வனே!
என் மனம் தொட்ட
நீ மட்டுமே என் மனவாளன்
உன் வருகையை எண்ணி எண்ணி
தீராத ஏக்கங்கள் என் உள்ளத்திலே
யுகங்கள் பல கடந்தாலும்
காத்திருந்து காதல் செய்வேன்
என் காதலனே!
உன் வருகையை எண்ணி
இந்த வரிகளை தந்துள்ளேன்
உன் நினைவுகளுடன்
என்றும் உன்னவள்!!!

19. காதலுக்கு மொழி தேவையில்லை

இரவின் பாதையில் நடந்து
விண்மீன்களின் ஒளியால் வியந்து
உன் கரம் பற்றி
கண் சிமிட்டாமல் உன்னை பார்த்த
அந்த ஒற்றை நிமிடம்!
இதழ்கள் மௌனத்தில்
மூழ்கியிருந்தது;
ஆனால்,
இமைக்காமல் என் கண்கள் மட்டும்
உன்னிடம் காதலை மொழிந்து
கொண்டிருந்தது...
அந்தகணம்,
உணர்ந்தேனே கள்வனே!
காதலுக்கு
மொழி தேவையில்லை என்பதை!

இயற்கை

20. காலம் பேசுதே

நேற்றைய நினைவும்
நாளைய கனவும்
இன்றைய நாளை இனிதாக்கும்

உன் பிறப்பின் அர்த்தம்
நீ வாழும் வாழ்க்கையில் உள்ளது
கடந்து சென்ற பின்பும்
உன் சுவடுகள்
நீங்கா இடம்பெற வேண்டும்
காலம் பேசுமே
உன் காவியத்தை!

21. மயக்கும் மழை

கார்மேகத்தின் கட்டளையால்
மண்ணில் விழுந்து
என் மனதை பறித்த மழையே
உன் துளிகள்
என் தேகம் தொடும் வேளையில்
ஏனோ?
குழந்தையைப்போல் துள்ளிக்குதித்தேன்
நீ வரும் வேளையில்
என் கரம் நீட்டி வரவேற்றேன்
நீ மறையும் வேளையில்
என் கண்ணீருடன் வழியனுப்பினேன்.
நாளும் உன் வருகைக்காக
காத்திருப்பேன்
நீ வருவாயோ?
இந்த பூ மகளின் புன்னகையை
பொலிவு பெற செய்வாயோ?

22. கருமேகம்

நீலப்படுக்கையில கருமேகங்கள்
சூழ்ந்திருக்கு
தென்றல்காத்தெல்லாம்
தேனிசை பாடுது
மரம் செடி எல்லாம்
அசைந்து அசைந்து ஆடுது
கண் ரெண்டும்
வானத்தையே வெரிக்க பாக்குது
ஒரு துளி மழை
மேனியிலப் பட்டதும்
உடம்பெல்லாம் சிலிர்க்குது!
அம்மாடி!!
ஒரு நிமிஷம் மனசு
குழந்தையால துள்ளிக்குதிக்குது!

விடியாத இரவுகள்

23. மறைந்த புன்னகை

நீலமயமான ஆகாயத்தையே
அந்த கருமேகங்கள் சூழும்போது
அழகிய அந்த நிலவின்
ஒளிகூட மறைந்துபோகின்றதே!
அதுபோல்
என் வாழ்க்கையை

பல துன்பங்கள் சூழ்ந்திருப்பதால்
என் உதட்டின் சிறு புன்னகையும்
மறைந்துபோகின்றதே!

24. முடியாத ஆசைகள்

கண் மூடி பறந்து
வானம் அடையவும் முடியாது
காலாரா நடந்து கடல்
தாண்டவும் முடியாது
கானல் நீரில் நீரை தேடி
அலைவதுபோல்
என் கனவை தேடி
காலம் முழுவதும்
அலைகின்றேனே!
தீராத குழப்பங்களுடன்
திகைக்கும் என் நிமிடங்கள்!

25. நடிக்க முடியாத நாடக மேடை

பிறர் பார்க்கும்
என் புன்னகை முகத்தை
நான் பார்க்க சென்றபோது
உன் போலி புன்னகை கண்டு
ஏமாற நான் அடுத்தவன் இல்லை
உன் நடிப்பு
என் மேடையில் அரங்கேறாது
என்றதே என் கண்ணாடி!

26. சிறகு உடைந்த பறவை

எட்டப்பறக்க நினைத்த சிட்டுக்கு
சிறகு ஒடிந்துபோனதே!

கடல் எல்லாம் காண முடியுது
கடல் தாண்டி தான் போகமுடியல,
பூமியில் இருந்து
ஆகாயத்தை ரசிக்க முடியுது
ஆகாயத்துல பறக்கதான் முடியல!
ஆசைகளுக்கு எல்லாம்
அளவே இல்ல ; ஆனால்
என் ஆசைக்கான
அத்தியாயம் தான் கிடைக்கவே இல்லை;
சின்னஞ்சிறு கூட்டுக்குள்ள
சிறகு உடைந்த பறவையாக
நான் இங்கு...

27. எதிர்பார்ப்பு

நாளை விடியும் என்ற
எதிர்பார்ப்பில் தான்
இன்றைய இரவைக் கடக்கிறோம்!

விடியலுக்கே
எதிர்பார்ப்பு இருக்கும் போது
சில விஷயங்களில்
எதிர்பார்ப்பு இருந்தால்
தப்பேதும் இல்லையே?
ஏதோ
ஒரு எதிர்பார்ப்பை நோக்கி தான்
நம்ம வாழ்க்கையில தொடர்ந்து
நாம் பயணித்துக் கொண்டு இருக்கின்றோம்!

28. உயிர் கலந்த உணர்வு

சில சமயம்
சித்திரங்கள் கூட
சிந்திக்க வைக்குமே
சிலிர்க்க வைக்கும்
நிகழ்வுகள் கூட
இமைக்கும் நொடிகளில்
இதயம் தொடுமே!
ஒரு நிமிடத்தில்
உலகமே மாறலாம்,
ஒரு யுகம் ஆனாலும்
உணர்வுகள் மாறாதே!
உயிரில் கலந்த உணர்வுகளை
மனம்
மறைப்பதும் இல்லை
மறப்பதும் இல்லை!

29. பகலா? இரவா?

விழி திறக்க வைக்கும்
விடியலின் மீது
ஆசையா?

இல்லை,

வியக்க வைக்கும்
விண்மீன்கள் மீது
ஆசையா?

சொல்வாய் என் மனமே!

30. தீராத ஆசைகள்

நித்தம் நின்று
நிலவின் ஒளியை
இரசிக்க ஆசைதான்!

தூக்கம் என்னை
அழைக்காத வரை ;

கற்பனையிலே மிதந்து
கனவிலே தொலைய
ஆசைதான்!

பகல் வந்து
என்னை எழுப்பாத வரை;

அலையாய் திரியும் மனதிற்கு
ஆசைகள் தான் எத்தனை??

முற்றும்

உள்ளத்தின் உணர்வுகள்

www.ingramcontent.com/pod-product-compliance
Lightning Source LLC
LaVergne TN
LVHW041127180726
843490LV00003B/1220